The Mouse Bride

A Chinese Folktale

Ang Nobya Ng Daga

Isang Kuwentong-Bayan Mula sa Tsina

English/Tagalog

Retold by **Monica Chang**　　*Illustrated by* **Lesley Liu**

Tagalog translation by **Estela L. Manila**

遠流出版公司

YUAN-LIOU PUBLISHING CO.,LTD.

A long time ago, in a large farmhouse in Taiwan, there was a mouse village built in the corner of a stone wall.

The head mouse of this small community had been thinking of his daughter's marriage. She was young and pretty, and had attracted many young fellows. But her father just could not decide which of the many suitors should be his son-in-law. He thought about this day and night, and finally made up his mind -- he would set up a fair test, and let the test itself choose the best husband for his daughter.

Noong unang panahon, sa isang malaking bahay-bukid sa bayan ng Taiwan, may isang nayon ng daga sa isang sulok ng batong-dingding.

Ang pinuno ng nayong ito ay matagal ng nag-iisip kung sino ang kanyang ipakakasal sa kanyang magandang anak. Sa wakas, naisip niya ang isang paligsahan, para piliin ang mapalad na asawa.

He quickly set up a platform on the wall, then made an announcement to the village -- his daughter would choose her husband by tossing the ribbon-ball. In this traditional game, whoever caught the ball would become the maiden's husband. All the youth in the village were excited and ready for the game.

Mabilis na nagtayo ang pinuno ng isang entablado sa ibabaw ng batong-dingding, at nagbigay ng babala sa nayon. Ang kanyang anak ay maghahagis ng lasong bola at ang makakasalo sa bolang ito ang magiging asawa ng dalaga. Ang mga kabinataan ay nagsipaghanda sa paligsahan.

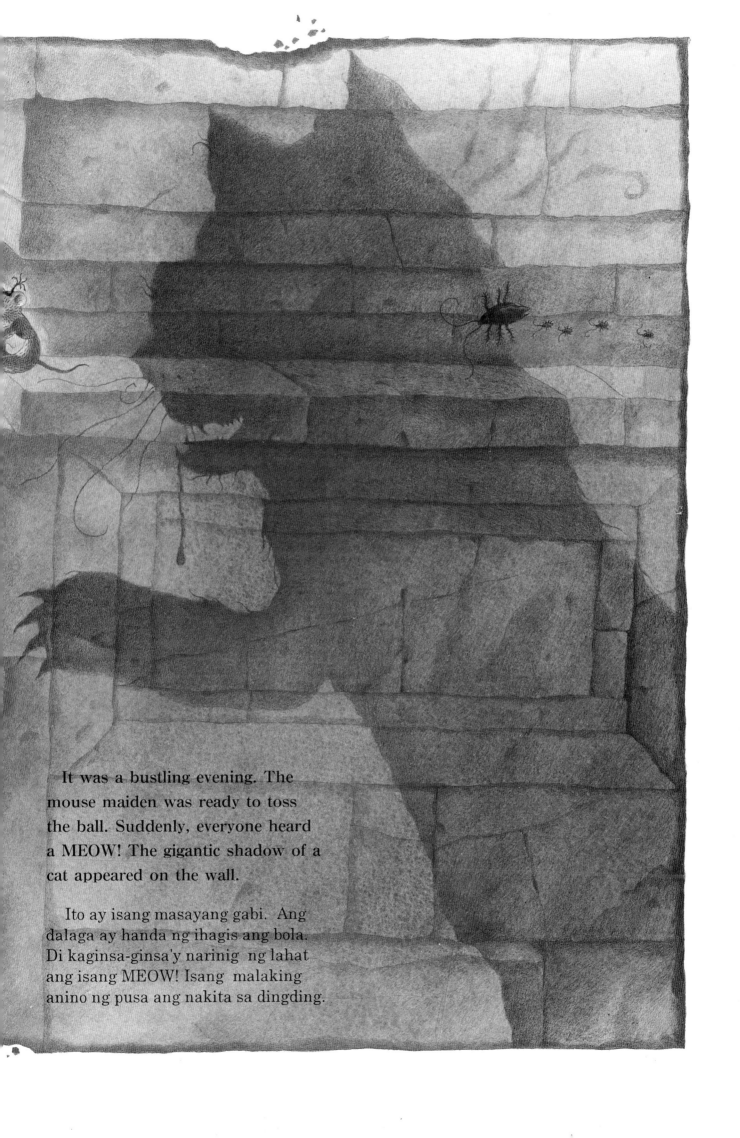

It was a bustling evening. The mouse maiden was ready to toss the ball. Suddenly, everyone heard a MEOW! The gigantic shadow of a cat appeared on the wall.

Ito ay isang masayang gabi. Ang dalaga ay handa ng ihagis ang bola. Di kaginsa-ginsa'y narinig ng lahat ang isang MEOW! Isang malaking anino ng pusa ang nakita sa dingding.

A Cat! The big black cat lunged at the ribbon-ball. Its claws swiped at the platform, smashing everything to pieces. Every mouse fled, screaming. The mouse maiden was so scared that she fell from the wall. She was caught by a young mouse named Ah-Lang, who grabbed her hand and ran away.

Isang pusa! Isang malaking pusang itim ang lumundag sa bola. Winasak ng pusa ang entablado. Tumakbo ang mga daga sa takot. Sa laki ng takot ng dalaga, ay nahulog siya mula sa dingding. Isang maliit na daga na nagngangalang Ah-Lang ang sumalo sa dalaga.

In his dreams that night, the head mouse saw the big black cat catch his daughter. He heard her screams and wails. Then he woke up, and found himself trembling all over.

Holding a pillow to himself, he began to think. What could he do to protect her? Finally, he sat up in bed and decided what to do. He would find the strongest husband in the world for her. Much stronger than the cat.

Nanaginip ang pinuno ng gabing yaon. Nakita niya ang malaking pusa na bihag ang kanyang anak. Narinig niya ang panangis ng dalaga. Biglang nagising ang pinuno na kilabot na kilabot.

Ano ang dapat niyang gawin? Umupo siya sa kama at nag-isip. Hahanap siya ng malakas na asawa para sa kanyang anak, isang higit na malakas sa pusa.

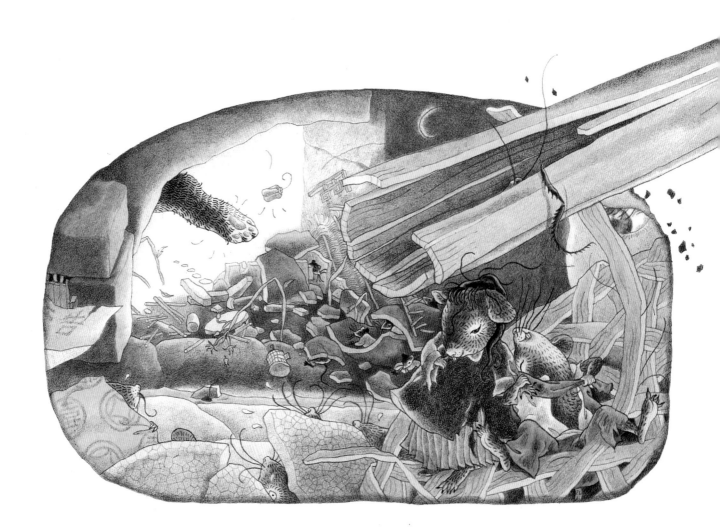

But who could be the strongest in the whole world? He thought and thought until dawn broke. The sun beams gently touched upon his face through the roof cracks. The head mouse was instantly on his feet yelling, "The Sun! The Sun is the strongest in the world. For no one can live, nor can anything grow if the Sun does not shine. I shall marry my daughter to the Sun."

He immediately packed his knapsack and went off to find the Sun.

Sino ang pinakamalakas sa buong mundo? Nag-isip ang pinuno hanggang mag-bukang-liwayway. Nadama niya ang sikat ng araw. Napasigaw ang pinuno. "Ang araw! ang araw ang pinakamalakas sa buong mundo. Walang mabubuhay kung walang araw. Ipakakasal ko ang aking anak sa araw."

Naghanda ang pinuno sa paglalakbay upang hanapin ang araw.

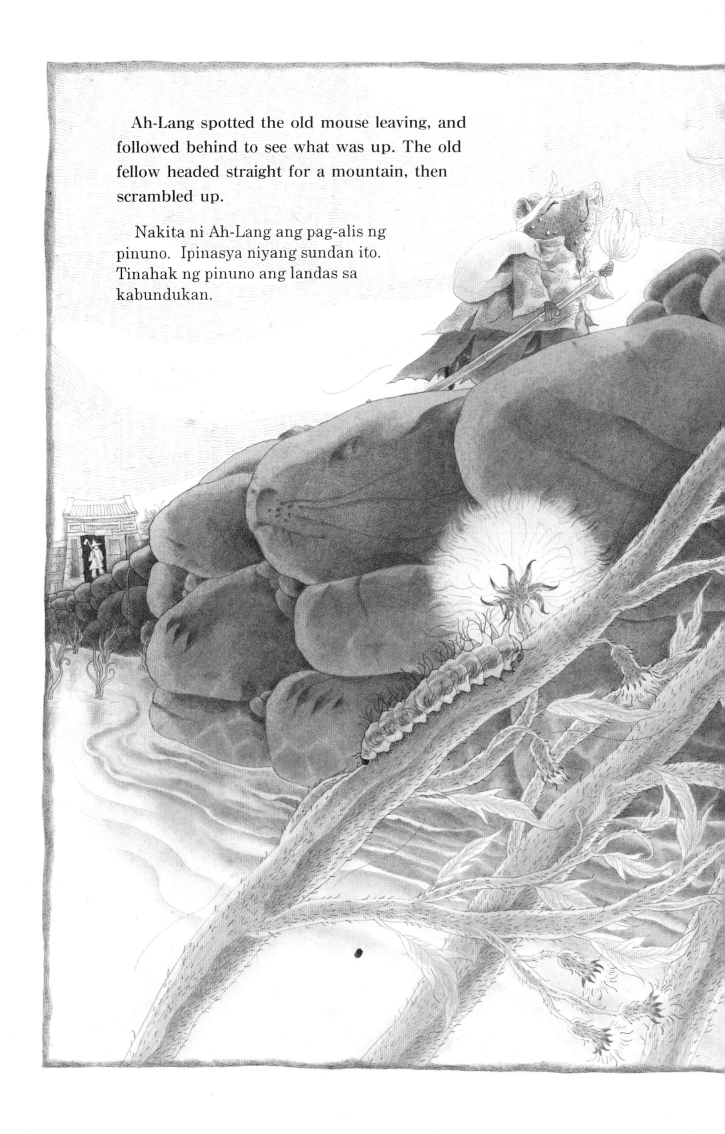

Ah-Lang spotted the old mouse leaving, and
followed behind to see what was up. The old
fellow headed straight for a mountain, then
scrambled up.

Nakita ni Ah-Lang ang pag-alis ng
pinuno. Ipinasya niyang sundan ito.
Tinahak ng pinuno ang landas sa
kabundukan.

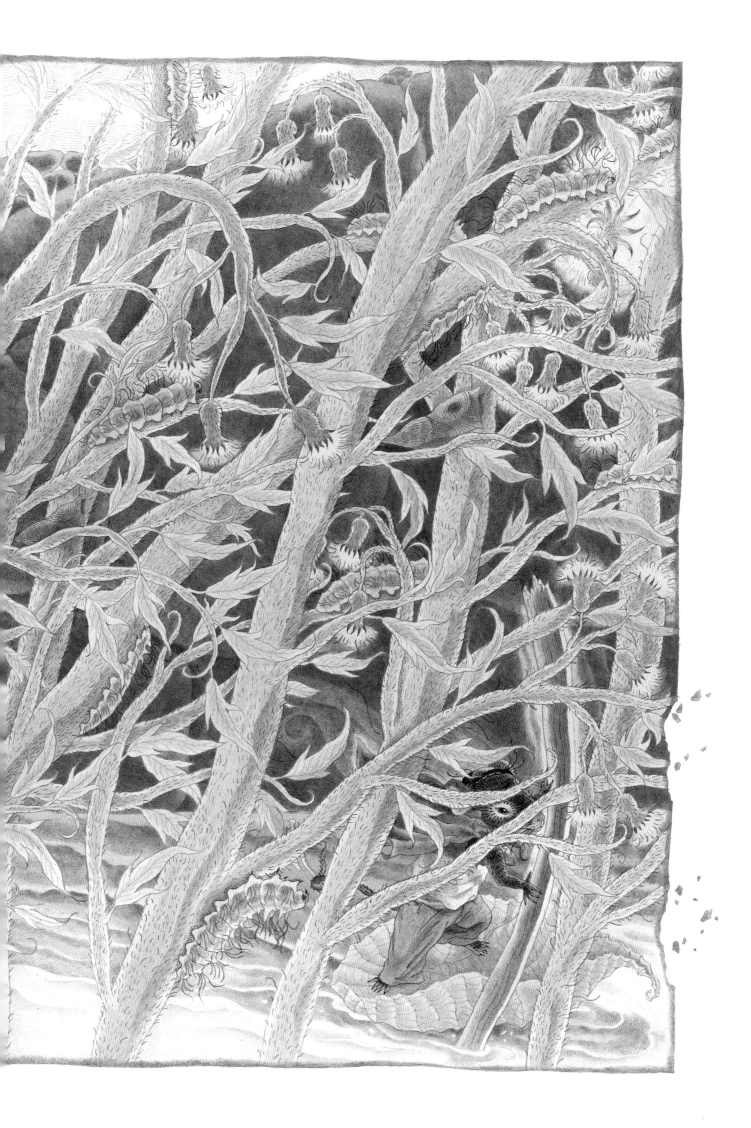

Standing on the mountain top, the mouse leader said to the Sun, "Excuse me, are you the strongest in the world?" Bursting with light and heat, the Sun answered "Of course, I am! No one can resist my great power."

Sa ibabaw ng bundok, nagsalita ang pinuno sa araw, "Ikaw ba ang pinakamalakas sa buong mundo?" Sumagot ang nagliliwanag na araw, "Wala ng iba, ako! Wala ng makakatalo sa aking kapangyarihan."

The old mouse announced, "I am the mouse leader, and I want to marry my daughter to you." But before he could finish his sentence, a dark Cloud emerged and covered the Sun.

Nagpahayag ang pinuno, "Ako ang pinuno ng nayon, at nais kong ipakasal ang anak ko sa iyo." Hindi natapos ng pinuno ang pahayag, isang lambong ng ulap ang tumakip sa araw.

The old mouse was stunned. But he quickly got his wits back and proposed to the Cloud, with both arms wide, "Excuse me, I am the mouse leader and I want to marry my daughter to you. Are you the strongest in the world?"

Nasindak ang pinuno. Dagling nagbalik ang kanyang hinahon, at sinabi sa ulap, "Ipagpatawad mo, ako ang pinuno ng mga daga at nais kong ipakasal ang anak ko sa iyo. Ikaw ba ang pinakamalakas sa buong mundo?"

The Cloud proudly grinned, "Of course I am! I am the only one that can block the Sun's light and heat." But before the Cloud could finish his sentence, a fierce Wind arose and blew the Cloud away.

Buong yabang na sumagot ang ulap, "Wala ng iba, ako! Ako lamang ang makatatakip sa liwanag ng araw." Bago natapos ng ulap ang kanyang sasabihin, isang malakas na hangin ang tumangay sa ulap.

The leader turned to the Wind and said again, "Excuse me, I am the mouse leader and I want to marry my daughter to you. Are you the strongest in the world?"

"Of course I am! I can blow away the Cloud, I can blow the hat off your head, and I can even blow you back to your house." The Wind blew up a gale that threw the old mouse high into the sky. He flew along swiftly until -- Bang! -- he crashed into the village wall and dropped to the ground. Meanwhile, Ah-Lang was blown into the river and struggled to swim to shore.

Humarap ang pinuno sa hangin at nagsalita, "Ipagpatawad mo, ako ang pinuno ng mga daga, at nais kong ipakasal ang aking anak sa iyo. Ikaw ba ang pinakamalakas sa buong mundo?"

"Wala ng iba, ako! Kaya kong tangayin ang ulap, ang iyong sombrero at ikaw, kaya kitang ibalik sa iyong bahay." Naghihip ang hangin ng malaking unos at tinangay ang pinuno. Humagis siya sa bahay-dingding at bumagsak sa lupa. Sa kabilang dako, natangay si Ah-Lang sa ilog, pero lumangoy siya sa dalampasigan.

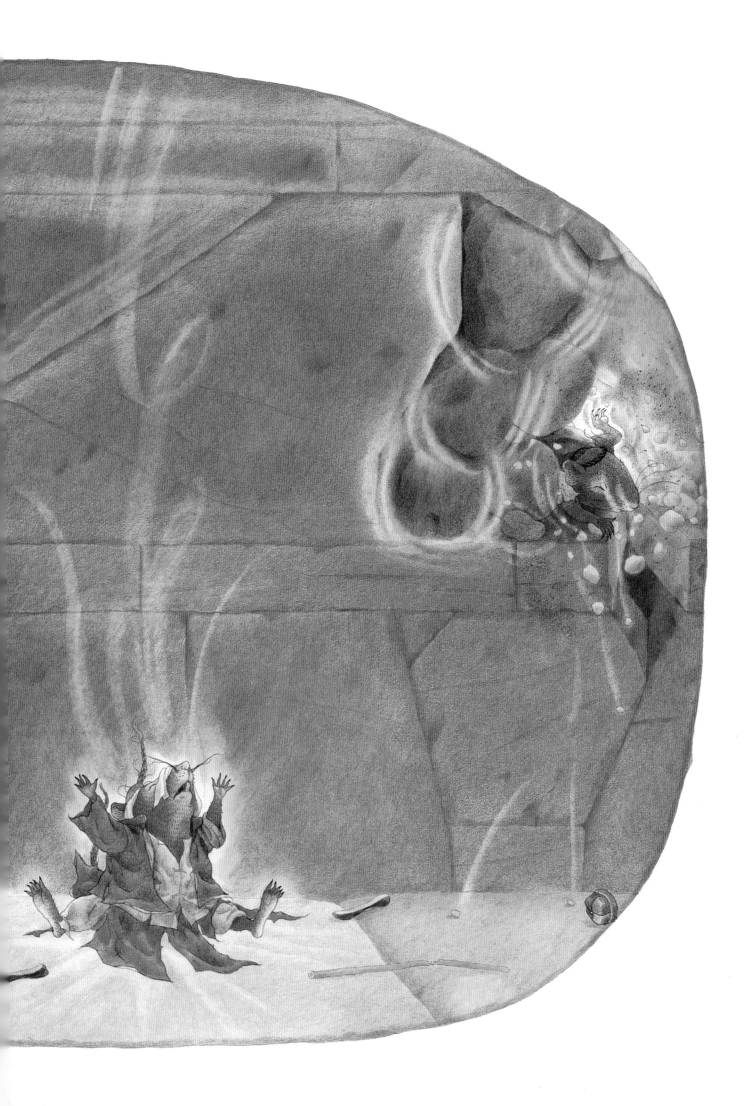

The old mouse rubbed his behind. He looked up at the Wall, then again said, "Excuse me, I am the mouse leader and I want to marry my daughter to you. Are you the strongest in the world?"

The Wall answered, "Of course I am! I fear nothing on heaven or earth. The strongest...OOUUCCH! Forgot to tell you," the Wall complained, "the one thing I fear is the Mouse." A brick fell, and out came Ah-Lang. He bowed and handed the old mouse his hat.

The old mouse finally realized that mice may be small, but they have skills that no others have. So he said to Ah-Lang, "You are the strongest of all. I will marry my daughter to you."

Hinagod ng pinuno ang kanyang likod. Nagsalita siya sa dingding,"Ipagpatawad mo, ako ang pinuno at nais kong ipakasal ang aking anak sa iyo. Ikaw ba ang pinakamalakas sa buong mundo?" Sumagot ang dingding."Wala ng iba, ako!. Wala akong kinatatakutan, sa langit man o sa lupa. ... OOUUCCH! Nalimutan ko, isa lamang ang kinatatakutan ko, ang daga. Nahulog ang isang laryo at sumulpot si Ah-Lang. Nagbigay-galang siya at iniabot ang sombrero sa pinuno.

Nakilala ng pinuno na maliit man ang daga ay may taglay itong lakas. Kaya't sinabi ng pinuno kay Ah-Lang. "Ikaw ang pinakamalakas sa lahat. Ipakakasal ko ang aking anak sa iyo."

The mouse leader then prepared the traditional wedding for his daughter. On her wedding day, the beautiful bride sat on a wicker-shoe sedan chair, carried by two mice. Her dowry was put into many, many cases and carried by other mice.

Naghanda ang pinuno ng kinaugaliang kasal. Sa araw ng kasal, ang magandang nobya ay isinakay sa silyang yari sa sulihiya, dala ng dalawang daga. Ang kanyang bigay-kaya ay inilagay sa kahon at dinala ng mga daga.

When the bride and bridegroom arrived at his parents' house, they knelt down and bowed to them. Once, twice, three times. All the villagers watched, then joined the happy wedding party.

Ng dumating ang nobya at nobyo sa bahay ng nobyo, lumuhod sila at nagbigay-galang. Isa, dalawa, tatlong beses. Lahat ng kanayon ay nagmasid at nagdiwang sa masayang kasal.

The Mouse Bride

English／Tagalog

Retold by Monica Chang; Illustrated by Lesley Liu

Tagalog translation by Estela L. Manila

Copyright © 1994 by Yuan-Liou Publishing Co., Ltd.

All rights reserved.

Yuan-Liou Publishing Co., Ltd.,

7F-5, No. 184, Sec. 3, Ding Chou Rd., Taipei, Taiwan, R.O.C.

TEL: (886-2)3651212   FAX:(886-2)3657979

Printed in Taiwan

This edition is distributed exclusively by Pan Asian Publications (USA) Inc.,

29564 Union City Blvd., Union City, California, USA.